வாசனை திரவியங்கள்

வி.எஸ்.ரோமா

Copyright © V. S. Roma
All Rights Reserved.

ISBN 978-1-63886-402-8

This book has been published with all efforts taken to make the material error-free after the consent of the author. However, the author and the publisher do not assume and hereby disclaim any liability to any party for any loss, damage, or disruption caused by errors or omissions, whether such errors or omissions result from negligence, accident, or any other cause.

While every effort has been made to avoid any mistake or omission, this publication is being sold on the condition and understanding that neither the author nor the publishers or printers would be liable in any manner to any person by reason of any mistake or omission in this publication or for any action taken or omitted to be taken or advice rendered or accepted on the basis of this work. For any defect in printing or binding the publishers will be liable only to replace the defective copy by another copy of this work then available.

பொருளடக்கம்

1

வாசனை திரவியம் தேர்ந்தெடுப்பது ,,,,,,

தங்களுடைய உடலின் தன்மைக்கேற்பவும், காலநிலையை பொறுத்து வாசனை திரவியங்களை தேர்ந்தெடுக்க வேண்டும். வாசனை திரவியங்-கள் தேர்ந்தெடுக்கும் முறையை அறிந்து கொள்ளலாம்

வாசனைத் திரவியங்கள் ஒருவித வசீகரமான சூழ்நிலையை ஏற்-படுத்தும். தங்களுடைய உடலின் தன்மைக்கேற்பவும், காலநிலையை பொறுத்து வாசனை திரவியங்களை தேர்ந்தெடுக்க வேண்டும். வெயில் காலத்தில் லேசான வாசனைத் திரவியங்களையும், குளிர்காலங்களில் அதிக வாசனை தரக்கூடிய திரவியங்களையும் பயன்படுத்த வேண்டும்.

சில வாசனைத் திரவியங்கள் அதிக வாசனை கொண்டவையாக இருக்-கும். அதன் வாசத்தின் தூரம் மிகவும் நீண்டதாக இருக்கும். பலருக்கு அதீத வாசனை பிடிக்காமல் தலை சுற்றல், தலைவலி போன்றவை வரும். அப்படியான வாசனைத் திரவியங்களை தவிர்த்து எல்லோரும் விரும்பத்தக்க வாசனை திரவியங்களை உபயோகித்தால் அனைவருக்கும் நல்லது.

வாசனை திரவியங்கள் தேர்ந்தெடுப்பது ...
கடைக்கு வெளியே வாசனையை பரிசோதிக்க மறக்கவேண்டாம், கடை-யின் ஏசி மற்றும் வாசனையின் தன்மை இருக்காது. இது உண்மையான மணத்தை சொல்லிவிடும்.

கோடையில் கலப்படமற்ற வாசனை திரவியத்தை தேர்வு செய்வது அவசியம். அது நீண்ட நேரம் வியர்வையையும் தாண்டி நிற்கும்.

இலகுவான வாசனையை விரும்பினால், பூக்களின் நறுமணத்தை எடுத்துக்கொள்ளலாம். புதினா அல்லது 'சிட்ரஸ்' நறுமணங்களை தேர்வு செய்யலாம். இது புத்துணர்ச்சியூட்டும்.. அதிக நறுமண தொனியை விரும்பினால், சாண்ட்லவுட் (சந்தனம்) போன்றவற்றை தேர்ந்தெடுக்கலாம்.

வெப்பத்தினால் தடிப்புகள் மற்றும் எரிச்சலுக்கு நம்மை மிகவும் எளிதில் ஆளாக்கிவிடும். எனவே பெர்பியூமின் உள்ளடக்கங்களை சருமத்திற்கு தீங்கு இல்லாதவையா என்று சரிபார்ப்பது முக்கியம்.

நம் உடலில் தோல் பகுதிகள், தலைமுடி மற்றும் ஆடைகள் மீது வாசனை திரவியங்கள் மற்றும் இயற்கை நறுமணப் பொருட்களை பயன்படுத்துவது பழங்காலந்தொட்டே நடைமுறையில் உள்ளன. அதிக விலை கொண்ட நறுமண திரவியங்களை உலகம் முழுக்க உள்ள பலரும் விரும்புகின்றனர். அத்துடன் ஒருவருக்கு ஒருவர் கவர செய்யும் விதத்தில் புதிய நறுமண வாசங்களை தேர்ந்தெடுத்து வாங்குகின்றனர்.

நவீன உலகிலுள்ள சமூகத்தினர் அதாவது ஆண், பெண் என இருபாலரும் தங்கள் நுகர்வு தன்மைக்கு ஏற்ற நறுமண திரவியங்களை வாங்குவதுடன் சந்தையில் கிடைக்கும் ஆடம்பர நறுமண திரவியங்களையும் தம் கரங்களில் அழகுடன் வைத்திருக்க விரும்புகின்றனர். எனவே அதிவிலையுயர்ந்த நறுமண திரவியங்களின் தேவை ஏற்பட்டது.

மலர்களின் நறுமணங்களை வழங்கும் அதேவேளையில் அதனை உள்ளடக்கிய தயாரிப்பு பொருட்கள் என்பது சற்று விலை அதிகமாகவே உள்ளன. அந்த ,,,,,,,,,உலகின் மிக விலையுயர்ந்த சில வாசனை திரவியங்களை காணலாம்.

தங்கமயமான மில்லியன் டாலர் வாசனை திரவியம்
2011-ம் ஆண்டு தங்க ஆப்பிள் வடிவில் அமைக்கப்பட்டது மில்லியன் டாலர் பெர்ப்யூம் பாட்டில். இதிலுள்ள வாசனை திரவியம் என்பது மதிப்புமிகு பாட்டிலின் மூலமே அதிக கவர்தலை பெற்றுள்ளது. இந்த பாட்டிலில் சுமார் 2,909 விலை மதிப்புமிக்க கற்கள் பதிக்கப்பட்டுள்ளது. இந்த பாட்டிலை உருவாக்க சுமார் 1,500 மிணி நேரம் செலவழிக்கப்பட்டுள்-

எது. 14 கேரட் மஞ்சள் மற்றும் வெள்ளை தங்க பாட்டில் 183 மஞ்-சள் சபையர் 2,700 வெள்ளை வைரங்கள், ஸ்ரீலங்கா, ஆஸ்திரேலியா, பிரேசில் நாட்டு சிறப்பு கற்களும், ரூபி கற்கள் போன்றவை பதியப்பட்-டுள்ளது.

உலகின் விலையுயர்ந்த வாசனை திரவியங்களில் முதலிடம் பிடிப்பது இதுவே.

கின்னஸ் புத்தகத்தில் இடம்பெற்ற இம்பீரியல் மெஜஸ்டி

கிளைவ் கிரிஸ்டியனின் No.1 இம்பீரியல் மெஜஸ்டி என்ற பெர்ஃபூயூம் உலகின் விலையுயர்ந்த வாசனை திரவியம் என கின்னஸ் புத்தகத்தில் இடம் பெற்றுள்ளது.

எகிப்திய பாணி வாசனை.......... திரவியம்

சேசர்டு டியர்ஸ் ஆப் தேபீஸ்" என்ற பெயரில் 1998-ஆம் ஆண்டு வெளிவந்த இந்த பெர்ப்யூம் எகிப்திய பாணி வாசனை திரவியம் என்-பதுடன் அதன் வடிவமும் எகிப்திய பிரமிடு போன்ற கண்ணாடி பாட்-டில்தான். இதில் அம்பர், மல்லிகை, ரோஜா, எகிப்தியன் கேசி, மிர்ரா போன்றவை கலந்து உருவாக்கப்பட்ட வாசனை திரவியம்.

ஒவ்வொரு ஆண்டும் குறைந்த அளவிலேயே தயார் செய்யப்படும் இந்த பெர்ப்யூம் நறுமண தயாரிப்பின் சிறப்பு நிறுவனமான கோகோ சேனல் வெளியீடு. ஒரு அவுன்ஸ் விலை 4,200 டாலர். சேனல் நிறுவனத்தின் பிரான்ஸ் விளைநிலங்களில் கிடைக்கும். சிறப்புமிகு மல்லிகை மற்றும் ரோஜாக்களில் மட்டுமே இந்த பெர்ப்யூம் தயார் செய்யப்படுகிறது. வீதி-களில் சாதாரணமாக பல பெர்ப்யூம் விற்பதையே நாம் வாங்க யோசிப்-போம். விலையுயர்ந்த இந்த பெர்ப்யூம்களை கையில் தொட்டாலே நமது வாழ்வு நிறைவு பெற்று விடும்.

பாட்பூரி : பாட் பூரி என்பது காய்ந்த பூக்கள், காய்ந்த பழங்கள், தென்னை மட்டை, தென்னைப் பூ என பல வகைகளைக் கொண்டு செய்யப்படுகிறது. இந்தக் காய்ந்த பூரிகளை ஒரு பாட் அல்லது ஒரு பவுலில் கொட்டி வைக்க வேண்டும். இந்த பாட் பூரியை ஹால், படுக்கை அறை, பூசை அறை, குளியல் அறை, அலுவலகம் இப்படி நமக்குத் தேவையான எந்த இடத்திலும் வைத்துக்கொள்ளலாம். இந்த பாட்பூரியின் வாசனை ஐந்து நாள் வரை நீடிக்கும். பாட் பூரிக்கென

தனியாக அடங்கிய வென்னிலா, ஆரஞ்சு, வுட்டி ஸ்பைஸி, ஓஷன் ப்ரீட் ஃப்ளேவர்கள் அடங்கிய வாசனைத் திரவியங்கள் கிடைக்கின்றன.

ரீட் டிஃப்யூஸர் செண்ட் : இந்த ரீட் டிஃப்யூஸர் என்பது அழகான செயற்கைப் பூக்களைக் கொண்ட ஜாடி. ஆனால் அது வெறும் ஜாடி மட்டுமல்ல. மூங்கிலால் செய்யப்பட்ட ஸ்டிக்குகளைக் கொண்டு மேற்-பகுதியில் அழகான பூக்கள், அல்லது பஞ்சினால் செய்யப்பட்ட பொம்-மைகள் என பல வகைகளில் அந்த மூங்கில் குச்சிகள் செய்யப்பட்-டிருக்கும். அவற்றுடன் வாசனை திரவியம் சேர்க்கப்பட்ட 5 குச்சிகள் தரப்படும். அவற்றை அழகான பீங்கான் சாடிகள் அல்லது கண்ணாடி ஜாடிகளில் வைக்க வேண்டும். பின் அவற்றில் டிஃப்யூசர் ஆயில் என்று தனியாகக் கொடுக்கப்பட்டிருக்கும். அதில் பாதியளவு அந்த ஜாடிக்குள் ஊற்றி வைத்தால் அந்த குச்சிகள் எண்ணெயில் ஊறி, அதன் வழி-யாக வாசனை அறையை சுற்றி வரும். குச்சிகளை அறைக்கு ஏற்றார் போல் ஒன்று அல்லது இரண்டு என வைத்துக் கொள்ளலாம். வாசனை தீர்ந்தது என்றால் குச்சியை அப்புறப்படுத்தி மற்றொரு குச்சியை வைத்-துக்கொள்ளலாம். இந்த டிஃப்யூசர் ஆயில் தீர்ந்துவிட்டாலும் தனியாக வாங்கிக் கொள்ளலாம். இதை நாம் வீட்டின் அலங்கார மேசைகள், டைனிங் அறை, ஹால், குளியலறை என எங்கு வேண்டுமானாலும் வைக்கலாம்.

மூலிகைகளை பயன்படுத்தி இயற்கை குளியல் பொடி தயாரிப்பது

அழகை விரும்பாத மனிதர்களே இருக்க முடியாது. அழகான முகத்தை பெற இன்றைக்கு பல விதமான ரசாயனக் கலவைகளை முகத்தில் பூசுகின்றனர். சிலர் அழகு நிலையங்களை நோக்கி படையெ-டுக்கின்றனர்.

முகத்தையும், சருமத்தையும் பேணி பாதுகாக்க இயற்கை மூலிகை-கள் நம்மிடையே நிறைந்து கிடக்கின்றன. பல வாசனை சோப்புகளாலும், பவுடர்களாலும் உடலில் ஒவ்வாமை (அலர்ஜி) ஏற்பட்டு சருமம் பாதிக்-கப்படுகிறது. இதனால் 30 வயதிலேயே முகச் சுருக்கம், தோல் சுருக்கம் ஏற்படுகிறது.

மேலும் அன்றாடம் உண்ணும் உணவில் சத்துக்கள் இல்லாததாலும், சரியாக நீர் அருந்தாததாலும், சருமம் வறட்சியடைகின்றது. சரும பாதிப்புக்களுக்கு இயற்கை மூலிகைகளைக் கொண்ட குளியல் பொடி-களை உபயோகப்படுத்தினால் சருமம் பளபளப்பதுடன் பாதுகாப்பும்

கிடைக்கிறது.

குளியல்பொடி.........

மூலிகை பொருட்கள் நாட்டு மருந்து கடைகளில் கிடைக்கும் சோம்பு 100 கிராம், கஸ்தூரி மஞ்சள் 100 கிராம், வெட்டி வேர் 200 கிராம், அகில் கட்டை 200 கிராம், சந்தனத் தூள் 300 கிராம், கார்போக அரிசி 200 கிராம், தும்மராஷ்டம் 200 கிராம், விலாமிச்சை 200 கிராம், கோரைக்கிழங்கு 200 கிராம், கோஷ்டம் 200 கிராம், ஏலரிசி 200 கிராம், பாசிப்பயறு 500 கிராம் இவைகளை தனித்தனியாக காய-வைத்து தனித்தனியாக அரைத்து பின் ஒன்றாகக் கலந்து வைத்துக்-கொண்டு, தினமும் குளிக்கும்போது, தேவையான அளவு எடுத்து நீரில் குளித்து வந்தால் உடல் முழுவதும் நறுமணம் வீசும்.

இவ்வாறு தொடர்ந்து குளித்து வர சொறி, சிரங்கு, தேமல், படர்-தாமரை, கரும்புள்ளி, வேர்க்குரு, கண்களில் கருவளையம், முகப்பரு, கருந்திட்டு முதலியவை மாறும். மேலும் உடலில் உண்டாகும் நாற்றமும் நீங்கும். மேனி அழகுபெறும். இது பெண்களுக்கும் குழந்தைகளுக்கும் பயன்படுத்த உகந்த வாசனை குளியல் பொடியாகும்.

குளியல் பொடி.......

தயாரிக்கும் முறைகள்

இதற்கு மாறாக முகத்தை கெடுத்துக்கொண்டவர்கள் தான் ஏரா-ளம்.முகத்தையும் சருமத்தையும் பேணி பாதுகாக்க இயற்கை மூலிகைகள் நம்மிடையே நிறைந்து கிடக்கின்றன. இந்த மூலிகைகளை பயன்படுத்தி நீங்களே முக அழகைப் பெறலாம்.

- உலர்ந்த மகிழம் பூ பொடி 200 கிராம்
- கிச்சிலி கிழங்கு பொடி 100 கிராம்
- கஸ்தூரி மஞ்சள் பொடி 100 கிராம்
- கோரை கிழங்கு பொடி 100 கிராம்
- உலர்ந்த சந்தனத் தூள் 150 கிராம்

இவற்றை ஒன்றாக கலந்து காரம் இல்லாத அம்மியில் சுத்தமான பன்னீர் விட்டு அரைத்து சிறிய வில்லைகளாகத் தட்டி நிழலில் நன்றாக உலர்த்தி வைத்துக்கொண்டு, தினமும் குளிப்பதற்கு அரை மணி நேரத்-

திற்கு முன்பு பாலில் குழைத்து முகத்தில் தடவவும். அரை மணி நேரம் ஊறிய பின் குளிர்ந்த நீரால் முகத்தை கழுவி வரவேண்டும். சோப்பு போடக்கூடாது. இவ்வாறு தினமும் செய்து வந்தால் சில நாட்களில் முகம் பளபளக்கும். முகம் மென்மையாகும்.

குளியல் பொடி.

இப்போது பல வாசனை சோப்புகளாலும், பவுடர்களாலும் உடலில் ஒவ்வாமை (அலர்ஜி) ஏற்பட்டு சருமம் பாதிக்கப்படுகிறது. இதனால் 30 வயதிலேயே முகச் சுருக்கம், தோல் சுருக்கம் ஏற்படுகிறது. மேலும் அன்றாடம் உண்ணும் உணவில் சத்துக்கள் இல்லாததாலும், சரியாக நீர் அருந்தாததாலும், சருமம் வறட்சியடைகின்றது. சரும பாதிப்புக்களுக்கு இயற்கை மூலிகைகளைக் கொண்ட குளியல் பொடிகளை உபயோகப்படுத்தினால் சருமம் பளபளப்பதுடன் பாதுகாப்பும் கிடைக்கிறது.

வாசனை திரவியங்களின் நற்பண்புகளையும், பயன்களையும் விளக்குவதன் மூலம், வாசனை திரவியங்களின் பயன்பாட்டை அதிகரிப்பது. அதன்மூலம் வாசனை திரவியங்களை பயிர் செய்யும் விவசாயிகளுக்கு நல்ல இலாபத்தை பெற்று தருவதே ஆகும்..

பண்டைகாலம் கொண்டே வாசனை திரவியங்களை அடையாளம் கண்டு, அதை முறையாக பயன்படுத்தியவர்களும், தேவைக்கு அதிகமாக இருந்தபொழுது அதை வேறு நாடுகளுக்கு ஏற்றுமதி செய்தவர்களும் இந்தியர்கள். குறிப்பாக சொல்ல வேண்டுமானால், மிளகு, ஏலக்காய், கிராம்பு போன்றவற்றை மேலை நாடுகளுக்கு ஏற்றுமதி செய்ததாக வரலாறு கூறுகிறது.

நமது முன்னோர்கள் உணவே மருந்து, மருந்தே உணவு எனவாழ்ந்தனர்.மருத்துவ குணங்கள் அடங்கிய இவ்வாசனை திரவிய பொருட்களைபயன்படுத்தினர். எனவேதான் நோய் நொடியில்லாமல் வாழ்க்கை நடத்தினர். உதாரணமாககுருமிளகு இரத்த ஓட்டத்தை அதிகரித்து, புற்றுநோயை தடுக்கும். விஷத்தன்மையைமுறிக்கவல்லது. ஏலக்காய் சிறுநீரகத்தில் கல் உண்டாவதை தடுக்கும், சிறந்தமனமுடையது, நுரையீரலுக்கு வலு சேர்த்து ஆஸ்துமா நோயை குணப்படுத்தும்.கிராம்பு பல் வலிக்கு சிறந்த நிவாரணம் தரவல்லது. பட்டை இரத்த ஓட்டத்தைசீராக்கும், வயிற்றுப்போக்கு, இருமலுக்கு சிறந்த மருந்து. இப்படி ஒவ்வொருவாசனை திரவிய பொருட்களுக்கும் ஒவ்வொரு மருத்துவ பயன்கள்உண்டு.

ஆதலால்தான் மொத்தமுள்ள 109 வாசனை திரவியங்களில் 70 வகையான வாசனை திரவிய செடிகளை நாம் பயிரிட்டு வருகிறோம். அனைவரும் வாசனை திரவிய பொருட்களின் பயனறிந்து, அதனை வெறும் உணவிற்கு சுவை சேர்ப்பதற்காக மட்டும் சேர்க்காமல், அதன் மருத்துவ பயன்களை முறையாக அறிந்து அதனை நாம் பெறும் வகை-யில் முறையாக பயன்படுத்த வேண்டும்''

தமிழரின் பாரம்பரிய வாசனை திரவியம் ஜவ்வாது......

இன்று பலரும் தங்களுடைய உடம்பிலும், உடைகளிலும் வாசனைக்-காக செயற்கை திரவியங்களை தொடர்ந்து பயன்படுத்தி வருகிறோம். ஆனால் இதையே அந்த காலத்தில் பாரம்பரியமாக ஜவ்வாது உபயோ-கப்படுத்தி நம் முன்னோர்கள் பயன்படுத்தி வந்தனர். தெய்வீக பொருட்-களிலும், வாசனை திரவியம் ஆகவும் பயன்படும் ஜவ்வாது, விசேஷ சக்திகளை கொண்டுள்ளது. சாதாரணமாக... மலரும் மலர்களின் வாச-மும் ஒரு மனிதனை அமைதியானமனநிலைக்கு கொண்டு செல்கிறது. அவ்வகையில் ஜவ்வாது அதையும் தாண்டி மனதிற்குபுத்துணர்ச்சியை கொடுக்க வல்லது என்றால் அது மிகையாகாது.

பொதுவாக பூஜை பொருட்களுடன் ஜவ்வாது, அரகஜா, புனுகு போன்ற விஷயங்களை சேர்த்து கோவில்களில் கொடுப்பதன் மூலம் நல்ல பலன்களை பெறலாம். இவைகள் அபிஷேகத்திற்கு பயன்படுத்-தப்படுகிறது. கோவில்களிலும் சரி, வீடுகளிலும் சரி ஜவ்வாது பயன்ப-டுத்துவது விசேஷமான பலன்களை கொடுக்கும். கோவில்களில் நீங்கள் அபிஷேகம் ஏற்பாடு செய்திருந்தால்பூஜைப் பொருட்களுடன் ஜவ்வாது கொடுப்பது உசிதமானது. அதிலும் குறிப்பாக சிவன் கோவில்களில் இதனை கொடுப்பது தொழில் மற்றும் வியாபார ரீதியான தடைகளை தகர்க்கும்.

வருமானம் தரக்கூடிய விஷயத்தில் தொடர்ந்து சிக்கல்கள் நீடித்தால் கோவில்களுக்கு ஜவ்வாது தானமாக அளிக்கலாம். தெய்வீக மணம் படைத்த ஜவ்வாது வீட்டில் கட்டாயம் இருக்க வேண்டிய ஒரு மூலிகைப் பொருள் ஆகும். பூஜை அறையிலும், நம்முடைய சொந்த பயன்பாட்-டிற்கும் ஜவ்வாது பயன்படுத்துவது நல்லது.

நல்லவாசம் உள்ள இடத்தில் மகாலட்சுமி வாசம் செய்வதாக ஐதீகம் உள்ளது.அவ்வகையில் செயற்கையை தவிர்த்து, இயற்கையான ஜவ்-வாது மூலிகையை வீட்டில், பூஜை அறையில் பயன்படுத்துவதால் மகா-

லட்சுமி கடாட்சம் உண்டாகும். சுவாமி படங்களுக்கு பொட்டு வைக்கும் பொழுது ஜவ்வாது பயன்படுத்தி பொட்டு வைப்பது அற்புதமான பலன்-களைக் கொடுக்கும். அது போல் ஜவ்வாதுவை உடம்பில் ஏதாவது ஒரு இடத்தில் தடவிக் கொண்டால் அன்றைய நாள் முழுவதும் மனம் சாந்-தமாக இருப்பதை நீங்கள் உணரலாம்.

மன உளைச்சல், மன இறுக்கம் போன்ற நோய்களுக்கு உட்பட்டவர்-கள் அதில் இருந்து வெளியேறுவதற்கு ஜவ்வாது பயன்படுத்தலாம். ஜவ்-வாது நாட்டு மருந்து கடைகளில் பொடியாகவும், பேஸ்டாகவும் கிடைக்-கப் பெறுகிறது. இதனை ஒரே ஒரு துளி கையிலெடுத்து உங்களுடைய ஆடையில் குளித்து முடித்ததும் லேசாக தடவி விட்டால் போதும். அதனுடைய மணம் உங்களுடைய மனதை சாந்தப்படுத்தும். நேர்மறை எண்ணங்களை அதிகரிக்க செய்யும். உண்மையில் தெய்வீக மூலிகை ஆக கருதப்படும் ஜவ்வாது நல்ல சிந்தனைகளை மேலோங்குவதற்கு உதவி செய்கிறது.

வீட்டிலிருக்கும் குழந்தைகளுக்கும் அவர்கள் குளித்ததும் லேசாக ஆடையில் தடவி விடுங்கள். அவர்களை எந்த திருஷ்டியும் தாக்காமல் அது பாதுகாக்கும். ஜவ்வாது அதிகமாக பயன்படுத்தக் கூடாது. லேசாக ஜவ்வாது பொடியை தண்ணீரில் கலந்து உடையில் தடவி கொண்டாலே போதுமானது. உடல் முழுவதும் அருமையான வாசனை வரும். அந்த வாசம் மனதை ஒருநிலைப்படுத்தும்.

அடிக்கடி கோபப்படுபவர்களும், முன்கோபம் உடையவர்களும் ஜவ்-வாது பயன்படுத்தினால் நல்ல தீர்வு கிடைக்கும். தமிழரின் பாரம்பரிய-மாக விளங்கும் தெய்வீக மூலிகை வாசனை திரவியம் ஜவ்வாது......

மலரும் மலர்களின் வாசமும் ஒரு மனிதனை அமைதியானமனநி-லைக்கு கொண்டு செல்கிறது. அவ்வகையில் ஜவ்வாது அதையும் தாண்டி மனதிற்குபுத்துணர்ச்சியை கொடுக்க வல்லது என்றால் அது மிகையாகாது. நல்லவாசம் உள்ள இடத்தில் மகாலட்சுமி வாசம் செய்வ-தாக ஐதீகம் உள்ளது.

நமது முன்னோர்கள் உணவே மருந்து, மருந்தே உணவு எனவாழ்ந்-தனர்.மருத்துவ குணங்கள் அடங்கிய இவ்வாசனை திரவிய பொருட்-களைபயன்படுத்தினர். எனவேதான் நோய் நொடியில்லாமல் வாழ்க்கை நடத்தினர். உதாரணமாககுருமிளகு இரத்த ஓட்டத்தை அதிகரித்து, புற்-றுநோயை தடுக்கும். விஷத்தன்மையைமுறிக்கவல்லது. ஏலக்காய் சிறு-

நீரகத்தில் கல் உண்டாவதை தடுக்கும், சிறந்தமனமுடையது, நுரையீ-ரலுக்கு வலு சேர்த்து ஆஸ்துமா நோயை குணப்படுத்தும்.கிராம்பு பல் வலிக்கு சிறந்த நிவாரணம் தரவல்லது. பட்டை இரத்த ஓட்டத்தைசீராக்-கும், வயிற்றுப்போக்கு, இருமலுக்கு சிறந்த மருந்து. இப்படி ஒவ்-வொருவாசனை திரவிய பொருட்களுக்கும் ஒவ்வொரு மருத்துவ பயன்-கள்உண்டு

நீரகத்தில் கல் உண்டாவதை தடுக்கும், சிறந்தமனமுடையது, நுரையீ-ரலுக்கு வலு சேர்த்து ஆஸ்துமா நோயை குணப்படுத்தும்.கிராம்பு பல் வலிக்கு சிறந்த நிவாரணம் தரவல்லது. பட்டை இரத்த ஓட்டத்தைசீராக்-கும், வயிற்றுப்போக்கு, இருமலுக்கு சிறந்த மருந்து. இப்படி ஒவ்-வொருவாசனை திரவிய பொருட்களுக்கும் ஒவ்வொரு மருத்துவ பயன்-கள்உண்டு

நான்

வாசகர்ளால் நான்
வாசகர்களுக்காக நான்

முற்போக்கு எழுத்தாளர் வி.எஸ்.ரோமா – கோயம்புத்தூர்
+91 82480 94200
20 புத்தகங்கள் எழுதியுள்ளேன்
விருதுகள் பல பெற்றுள்ளேன்.
கதை , கவிதை, கட்டுரை, நாவல் பொன்மொழி, நாடகம்
எழுதுவேன்.

என்
எழுத்து
என் மூச்சுள்ள வரை
என் வாசிப்பே
என் சுவாசிப்பு

என்றும்
எழுதிக் கொண்டிருக்க வே
என் ஆசை

நான் திருமணமே செய்து கொள்ளாத பெண்மணி என்பதில்
எனக்கு மகிழ்வே.

என் எழுத்துக்கு முழு ஒத்துழைப்பு கொடுப்பவர்கள் என்
பெற்றோர்களே.

தந்தை
கா சுப்ரமணியன் _ தாசில்தார் - ஓய்வு

தாய்.
சு. கிருஷ்ணவேணி

என் பெற்றோர்களே
என்
எழுத்துக்கும்
எனக்கும் முழு ஒத்துழைப்பு தருகின்றவர்கள் என்பதில்
எனக்கு மகிழ்ச்சியே.

நான் ரோமா ரேடியோ
என்ற பெயரில் எஃப் எம் ஆரம்பித்துள்ளேன்.

என்
எழுத்து
என் ரோமா வானொலி மூலம்
எங்கும் ஒலிக்க
எட்டு திக்கும் ஒலிக்க
என் ஆவல்.

பெண்களை

பெரிதாக நினைத்துப்
பெரும் மகிழ்ச்சியடைந்து
பெருமைப் படுத்த வேண்டும்.

முற்போக்கு எழுத்தாளர்
வி.எஸ். ரோமா
Roma Radio
கோயம்புத்தூர்
+91 82480 94200

www.ingramcontent.com/pod-product-compliance
Lightning Source LLC
Chambersburg PA
CBHW021141260726
48656CB00023B/1099